കെ.വി. ജിജിൽ

കണ്ണൂർ ജില്ലയിലെ മുണ്ടേരി സ്വദേശി.
അച്ഛൻ: Late പി. രാജൻ, അമ്മ: ഗിരിജ. കെ.വി.
മുരിക്കിൻപൂവ്, ഒറ്റമൈന എന്നീ കവിതാസമാഹാരങ്ങൾ രചിച്ചു. മനോരമ മ്യൂസിക്കിന്റെ ബാനറിൽ 'അരികിൽ' എന്ന മ്യൂസിക് ആൽബത്തിന്റെ രചന നിർവ്വഹിച്ചു. നവമാധ്യമങ്ങളിൽ കവിത കുറിക്കുന്നു.
പുരോഗമന കലാസാഹിത്യസംഘം കണ്ണൂർ ജില്ലാ കമ്മറ്റി അംഗം, മൗവ്വഞ്ചേരി സഹകരണ റൂറൽ ബാങ്ക് ജീവനക്കാരൻ.
ജീവിതപങ്കാളി: ലീന കെ.
മക്കൾ: ലിയോൺ കെ ജിജിൽ, ഇതൾ ലിയ

വിലാസം: 'ഇല', ചേലോറ, പി.ഒ. മൗവ്വഞ്ചേരി, കണ്ണൂർ
ഫോൺ: 9495638377
ഇ-മെയിൽ: kvjijil@gmail.com

Malayalam Language
Pranayikkumbol Ninnilekku
Nattuvecha Kannukalundenikku
(Poems)
by
K V Jijil
♦
Published in April 2023
by Kairali Books Private Limited
Thalikkavu Road, Kannur.
Ph : 0497-2761200
Email : kairalibooksknr@gmail.com
♦
Cover Design
Varghese Kalathil
♦

08/23-24/Sl.No.1434/300/NS 18.6
ISBN 978-93-93397-71-3

പ്രണയിക്കുമ്പോൾ
നിന്നിലേക്ക് നട്ടുവെച്ച കണ്ണുകളുണ്ടെനിക്ക്

കെ.വി. ജിജിൽ

കൈരളി ബുക്സ്

ഞാനും നീയും...
നമ്മൾകൊണ്ട മഴയും വെയിലും...
നിന്നിലേക്ക് നട്ടുവെച്ച എന്റെ കണ്ണുകൾ...
ഓർമ്മകളുടെ കനലു പൊള്ളിക്കുന്ന വിരഹം...
കാത്തിരിപ്പിലുറച്ചു പോയ വേരുകൾ..
നോവും നീറ്റലും, തോരാതെ പെയ്യുന്ന കണ്ണുകളും...
പിന്നെയും തളിർക്കുന്ന പ്രതീക്ഷകൾ...
പ്രണയത്തിന്റെ ജൈവസത്യങ്ങൾ പകർത്തിയതിന്റെ
പേറ്റുനോവും കടന്ന്...
നിങ്ങളിലേക്ക് നട്ടുവെച്ച കണ്ണുകളുമായി പുസ്തകം
വായനക്കാർക്ക് സമർപ്പിക്കുന്നു...

സ്നേഹപൂർവ്വം
കെ വി ജിജിൽ

പ്രണയസംബന്ധിയായ
കാവ്യബോധം - കാലബോധം

ഒരു കാലം ആഘോഷിക്കപ്പെട്ട കവിയാണ് ചങ്ങമ്പുഴ. ചങ്ങമ്പുഴയെ നാം റൊമാന്റിക് കവി എന്നും പറയാറുണ്ട്. റൊമാന്റിക് കവികൾ പൊതുവെ രണ്ടവസ്ഥകളിലും ജീവിക്കുന്നവരാണ്. അതുകൊണ്ട് ചങ്ങമ്പുഴ ഒരു വിഷാദ കവിയും കൂടിയാണ്. ഇവിടെ കാലത്തിന്റെ ഒരു പ്രശ്നം കൂടിയുണ്ട്.

കാലത്തിന്റെ കണ്ണ് കവിയുടെ മുകളിലും നമ്മളുടെ മുകളിലും ഒരേപോലെ വീണു കിടക്കുന്നുണ്ട്. അതുകൊണ്ടായിരിക്കാം ചങ്ങമ്പുഴ ഞാൻ കരയുകയും ചെയ്യും സന്തോഷിക്കുക മാത്രമല്ല ചെയ്യുന്നത് എന്ന് ആവർത്തിച്ചു പറഞ്ഞത്. ഏറെ പ്രക്ഷുബ്ധനായ ഒരു കവിയായും ചങ്ങമ്പുഴ പ്രത്യക്ഷപ്പെട്ടിട്ടുണ്ട്.ചിലപ്പോഴൊക്കെ സമസ്തലോകത്തേയും വെറുക്കുന്ന കവിയായും. ഇത്തരം ഭാവമാറ്റങ്ങളാണ് ചങ്ങമ്പുഴക്കാലം എന്നു കൂടി പറയാം. കാലം ഏറെ മുന്നോട്ടു വന്നിരിക്കുന്നു. ഇന്നാകട്ടെ പ്രണയവും കവികളും തമ്മിൽ പണ്ടത്തേതിനേക്കാൾ ബന്ധമാണുള്ളത്. മാത്രമല്ല പ്രണയത്തേയും, ഇണ എന്ന ജീവിതപങ്കാളിയേയും ഏതവസ്ഥയിലും വിഷാദത്തിലേയ്ക്കു വഴിപ്പെടാതെ കൊണ്ടു പോകാൻ കവികളും ഒപ്പം നമ്മൾ ചില മനുഷ്യരും ശ്രമിക്കുന്നു. അതുകൊണ്ടാണ് മാറിയ കാലത്ത് കെ.വി. ജിജിൽ എഴുതിയ കാവ്യസമാഹാരത്തിന് 'പ്രണയിക്കുമ്പോൾ നിന്നിലേയ്ക്ക് നട്ടുവെച്ച കണ്ണുകളുണ്ടെനിക്ക്' എന്ന പേരും, അതിന്റെ പേരിൽ വിഷാദത്തിനപ്പുറം ജീവിതൗഷധം പോലെയുള്ള പ്രണയകവിതകളും ഉണ്ടായിവരുന്നത്. അപ്പോൾ ഇതിനകത്ത് വിഷാദമില്ലേ എന്നു നിങ്ങൾ ചോദിക്കാം. പക്ഷേ ആ വിഷാദത്തെ ചിന്തകൊണ്ടു മറികടക്കുന്ന ഒരു രീതിയുണ്ട്. എന്നാൽ ആ ചിന്തകളൊന്നും ഒട്ടും rigid അല്ല. മറിച്ച് അതിന്റെ പെണ്ണിലേയ്ക്കും അവളുടെ മനസ്സിലേയ്ക്കും ഒപ്പം അവളുടെ മണ്ണിലേക്കും ഉള്ള വേരോട്ടങ്ങളാണ് പ്രധാനം. ഒരർത്ഥത്തിൽ അവളെ പ്രണയത്താൽ, പ്രണയചിന്തകളാൽ കാത്തുവെക്കുകയാണ്. ഏറെ ക്ഷമാപണത്തോടെ അല്ലാതെ നാരികൾ നാരികൾ വിശ്വവിപത്തിൻ നാരായവേരുകൾ എന്ന് പറയുന്നില്ല.

ജിജിലിന്റെ കവിതകളിലേയ്ക്ക് കടക്കുമ്പോഴുള്ള ജീവിതവും പ്രണ

യവും തമ്മിലുള്ള ഇഴയടുപ്പം പല കവിതകളിലും വ്യക്തമാണ്.

രണ്ടായിരുന്ന/നമ്മളെ/ഒന്നായി തുന്നിയ/നൂലുകളെ പ്രണയമെന്നാണ്/വിളിക്കുന്നത്...

ഇഴകളോ/മുറിവുകളോ/പാടോ ഇല്ലാതെ/എത്ര അദൃശ്യമായാണ്/പ്രകൃതി നമ്മെ/തുന്നി വെച്ചത്!/ഒരു ഹൃദയത്തിൽ/സ്പന്ദിക്കുമ്പോഴും/നിനക്കെന്നെക്കുറിച്ച്/ആധിയാണ്...

ഈ ആധിയാണ് ചങ്ങമ്പുഴക്കാലത്തിനില്ലാതിരുന്നത്. അവളെക്കുറിച്ചുള്ള ആധിപ്പെടലുണ്ടായിരുന്നില്ല. മറിച്ച് ആധികളേ ഇല്ലാതെ എന്തഭിപ്രായവും അവളെക്കുറിച്ചാവാം എന്നുള്ളതാണ്. അതിന് ഒട്ടും ചിന്തിക്കേണ്ടതുമില്ല എന്നതാണ്.

പക്ഷേ ഏറെ ക്ഷമാപൂർവം, ബഹുമാനപൂർവം അവളെ സമീപിക്കുകയും പരിഗണിക്കുകയും പരിചരിക്കുകയും വേണമെന്നിടത്താണ് കാലത്തിന്റെ പ്രണയവും, കവിയായ, കാമുകനായ ജിജിലിന്റെ പ്രണയവും ഒന്നിക്കുന്നത്. കവിതയുടെ ഉത്തരഭാഗം ഇത് കൂടുതൽ വ്യക്തമാക്കുന്നുണ്ട്.

എന്റെ/ഉറക്കത്തിന്/കാവലിരുന്നും/ഉണർവിൽ/എന്റെ കാഴ്ച്ചകളിൽ/പ്രകാശമായും/നീ/എന്നിൽ തന്നെയടയിരിക്കും.

ജിജിലിന്റെ ഈ കാലത്തിനു തൊട്ടുമുമ്പുള്ള കാലങ്ങളിൽ ജ്ഞാനപീഠം പ്രണയപീഠമാക്കിയ ഒ.എൻ.വി 'ശാർങ്ഗകപ്പക്ഷികൾ' എന്ന കവിതയിൽ പറയുന്നുണ്ട്. 'ഇനി ഞാനുണർന്നിരിക്കാം, നീയുറങ്ങുക. ഇതുവരെ എനിക്ക് കാവലായി നിന്ന നീ ഉറങ്ങുക. നിന്റെ സുരക്ഷയ്ക്കായി ഞാൻ കാവലിരിക്കാം.' ഈ സുരക്ഷ തന്നെയാണ് അതിലും മാറിയ കാലത്തിൽ ജിജിൽ എന്ന കവി ലക്ഷ്യമിടുന്നത്. അടയിരിക്കൽ ഒരു ജൈവപ്രക്രിയയും ഉൽപ്പാദനപ്രക്രിയയുമാണ്. അത് കേവലമായ ഒരു ഉൽപ്പാദന വ്യവസ്ഥയ്ക്കപ്പുറം മാനുഷികവും മാനവികവുമായ ഒരവസ്ഥയെ വിഭാവനം ചെയ്തെടുക്കലാണ്. 'അടയിരുന്നതിൻ ചൂടുമാത്രം മതി' എന്ന് പി.പി. രാമചന്ദ്രൻ എന്ന കവി പറയുന്നതും പ്രണയസംബന്ധിയായ കാലബോധം തന്നെ. ഈ കാലബോധത്തിൽ നിന്നുകൊണ്ട് കവി പ്രണയിക്കുന്ന വിധമാണ് ഇതിലെ ഓരോ കവിതകളും. അത് അത്ര നിസ്സാരമല്ല. പ്രണയത്തിന്റെ ചിന്താവഴികളാണ് അവയോരോന്നും. പ്രണയത്തിൽ കാത്തിരിപ്പ് നിർണായകമാണ്. ആ കാത്തിരിപ്പ് എങ്ങനെയാണ് അതിലും വലിയ പാരിസ്ഥിതിക ബോധം ആർജിക്കുന്നത് എന്നാണെങ്കിൽ...

കാത്തിരുന്ന/ഹൃദയം/വേരുകളിലുറച്ചു പോയി/പ്രണയത്തിന്റെ/

വസന്തമെത്തിയ നേരം/പുണരാൻ പോലുമാകാതെ/ഞാനൊരു മര മായി.

പ്രണയനിമിഷങ്ങളേയും അതു കഴിഞ്ഞുള്ള വിരഹനിമിഷങ്ങ ളേയും അതിനപ്പുറമുള്ള അനശ്വരതയുടെ വ്യവഹാരമാക്കി തീർക്കാൻ ഈ കവിക്ക് അനായാസം കഴിയുന്നു എന്നുള്ളതാണ്. 'സത്യത്തിൽ' എന്ന കവിതയുടെ ഒടുവിൽ ആത്മഗതമെന്നോണം കവി പറയുന്നു ണ്ട് - ഓ പ്രിയേ../നമ്മളിന്നലെ/ചുംബിച്ചുവീണ/പട്ടുമെത്തയിൽ/ ഞാനുറങ്ങിപ്പോയിരുന്നു അല്ലേ.../ഇല്ല/ഞാനപ്പോൾ/നക്ഷത്രങ്ങൾ ക്കൊപ്പം/നിലാവിന്റെ മെത്തയിൽ/ശാന്തമായുറങ്ങുകയായിരുന്നു.

പ്രണയവും വിരഹവും രണ്ടല്ല. മറിച്ച് രണ്ടവസ്ഥകളും ഏതു നിമി ഷത്തിലും ഒന്നാകാവുന്ന ഒരു ബൈനറിയുടെ പരിണതിയാണ് ജീവിതം. അതുകൊണ്ടുതന്നെ അനശ്വരനക്ഷത്രത്തെ അടയാളപ്പെടു ത്തുന്ന ഈ കവിതയും പ്രസക്തമാണ്.

വിരഹത്തിൽ/നിന്റെ ഓർമ്മ/നിറയുമ്പോൾ/ഞാൻ/നക്ഷത്രങ്ങളെ നോക്കും/എത്ര വേഗമാണ്/ഓരോ നക്ഷത്രവും/നിന്റെ പുഞ്ചിരിയണി യുക...

ജിജിലിന്റെ പ്രണയകവിതകൾക്കു വേണ്ടി എഴുതിയ ഈ കുറി പ്പിനു താഴെ ഷേക്സ്പിയർ എന്ന പ്രണയിയുടെ 116-ാമത്തെ സോ ണറ്റിലെ ആദ്യ വരി കുറിച്ചിടട്ടെ

Let me not to the marriage of true minds
Admit impediments. Love is not love
Which alters when it alteration finds,
Or bends with the remover to remove.
O no! it is an ever fixed mark
That looks on tempests and is never shaken;
It is the star to every wand'ring bark...

അതെ, ജീവിതത്തിന്റെ നടുക്കടലിൽ കാറ്റും കോളും വരുമ്പോൾ മുങ്ങിപ്പോകാവുന്ന ഒരു പായ്ക്കപ്പലിന് ദിശാസൂചകമാകുന്ന ഒരു ന ക്ഷത്രമാകുന്നു പ്രണയം. അതുകൊണ്ട് നിന്നിലേയ്ക്ക് നട്ടുവെച്ച എന്റെ കണ്ണുകളിൽ പ്രണയം മാത്രം. ജിജിലിന്റെ പ്രണയ കവിതകൾ അഭിമാനത്തോടെ ആനന്ദത്തോടെ സഹൃദയസമക്ഷം സമർപ്പിക്കുന്നു.

ഡോ. പി.ആർ. ജയശീലൻ

കവിതകൾ

സഹയാത്രികേ..

ഇരുൾ തുരങ്കം കടന്നു
കുതിച്ചുപോയീ ഓർമ്മകൾ
നിൻ പുഞ്ചിരി മായാതെ
പിന്നെയുമെത്ര
കാലമടർന്നുപോയീ.
ഒരു യാത്രയിൽ
തമ്മിലിടഞ്ഞ
കണ്ണുകൾ നാം
ഒരേ നിശ്ശബ്ദത
പകുത്തു പകുത്തു
ഹൃദയംകനത്ത
നിഗൂഢത ബാക്കി.
ഒരേ ബോഗിയിൽ
ഇരു ദിശയിലിരുന്നു
മുഖാമുഖം
പ്രണയതീവ്രം.
സഹയാത്രികേ
നിലാവസ്തമിച്ച
രാത്രിയിൽ
കിതച്ചു പാഞ്ഞ
വണ്ടിയിൽ
മൂകമാം
കിനാവുകൾ തന്നു...
നീ ഇറങ്ങിയ
സ്റ്റേഷനും താണ്ടി,
നമ്മെ രണ്ടായി പകുത്തു
കുതിച്ചു
കാലത്തിൻ തീവണ്ടി

നിന്നെ പകർത്തിയത്

പുസ്തകം നിറയെ
നീ
നിറഞ്ഞിരിക്കുന്നു
അക്ഷരങ്ങൾക്കെല്ലാം
ഹൃദയത്തിന്റെ
ചുവപ്പാണ്
പുറം ചട്ടകൾക്കിടയിൽ
ഒരു
ഹൃദയം
മിടിക്കുന്നു
നിന്നെ ഞാനൊരു പുസ്തകമായ്
പകർത്തിയെഴുതിയിരിക്കുന്നു

സ്പർശം

കവികളുടെ പ്രണയം
പങ്കുവെക്കനാവാത്ത
ഒരു ജീവിതക്കടൽ
ഒരു ചുംബനത്താൽ
മുറിച്ചു കടക്കും
ജലമുറഞ്ഞു പോയ
ഉറവകളുടെ
ഗർഭപാത്രത്തിൽ ചുംബിച്ച്
ഒഴുക്ക് തിരികെ നൽകും
കവികളുടെ പ്രണയം
വാക്കുറഞ്ഞുപോയ
നാവുകളുടെ
ചുണ്ടുകളിൽ ചുംബിച്ച്
പുതുമൊഴി നൽകും.
പിന്നിപ്പോയ ഒരു ഹൃദയം
സനേഹനൂലുകളാൽ
തുന്നി
ചോര പൊടിയാതെ കാക്കും.
കവികളുടെ പ്രണയം
മരുഭൂമിയിലൊരു വിത്തെറിഞ്ഞ്
ഒരു പൂന്തോട്ടം തീർക്കും
കവികളുടെ പ്രണയം
ഗാഢമായി വിളിക്കുമ്പോൾ
ഏതന്ധകാരത്തിലും
നക്ഷത്രങ്ങൾ
മിഴി തുറന്ന്
നറുവെളിച്ചമാകും

കവികളുടെ പ്രണയം
മൗനങ്ങളിൽ തപസ്സിരുന്ന്
നിഗൂഢതകളുടെ
തോടു പൊട്ടിച്ച്
ഒരു കവിതയിൽ
ഹൃദയം കൊരുക്കും

അതിരുകളില്ലാത്ത ഭൂപടം

ചരിത്രക്ലാസിൽ
നിന്നിൽ നിന്നും
കടം കൊണ്ട
കടലാസു പെൻസിലിന്റെ
കൂർത്ത മുനകൊണ്ട്
ഭൂപടം വരയ്ക്കുമ്പോൾ
ചേർത്തു വരച്ച
ഹൃദയത്തിന്റെ
ഭൂപടത്തിൽ
അതിരുകൾ തിരയുന്നത്
ആരാണ്.
കുപ്പിക്കണ്ണടയ്ക്കുള്ളിൽ
ഭൂലോകം പോലെ
വളരുന്ന കണ്ണുകളുമായി
നമ്മുടെ ഭൂപടത്തെ
തുറിച്ചുനോക്കുന്ന
ജ്യോഗ്രഫി ടീച്ചർ.
ലോകഭൂപടത്തിൽ
നമ്മുടെ ഭൂപടം കാണാതെ
വൻമതിൽ തീർക്കുന്നവർ.
ഭൂപടങ്ങൾക്ക്
അതിരു തിരയുന്നവരേ
നിങ്ങൾ കൂട്ടിവരക്കുന്ന
അതിരുകൾക്കപ്പുറത്ത്
പരന്നു കിടക്കുന്ന
ഹൃദയങ്ങളെ
ഏതു ദേശീയതയ്ക്കുള്ളിലാണ് നിങ്ങൾ..?

കവികളെ പ്രണയിച്ചേക്കരുത്

ഭൂമി മുഴുവൻ വറ്റിച്ച്
അവസാനതുള്ളി
മഴയും
നിങ്ങളിലേക്കിറ്റിച്ചുതരുമവർ..
നിങ്ങളത്രയും
ആഗ്രഹിച്ചിട്ടുണ്ടാവില്ല.
കവികളെ പ്രണയിച്ചേക്കരുത്.
വിഷാദത്തിന്റെ
നീലഞരമ്പുകൾ
വലിച്ചു പൊട്ടിച്ച്
ഓരോ നിമിഷവും
ആത്മഹത്യചെയ്യുമവർ...
ഒരു കവിതകൊണ്ട്
ചരമക്കുറിപ്പുമെഴുതും

നീ പറയുന്നത്

പ്രഭാതം പൂക്കുമ്പോൾ
നീ പറയും
ഇളവെയിലിന്റെ
വെള്ളിനൂലിഴചേർത്താണ്
നമ്മുടെ പ്രണയം...
കടലുകണ്ട്
മഴ കൊള്ളുമ്പോൾ
കുതിർന്ന
കുളിരിൽ നിന്നും
നീ പറയും
അന്തിസൂര്യന്റെ-
ചെങ്കതിരിൽ പെയ്യുന്ന
നേർത്ത മഴയുടെ
കടും ചുവപ്പിലാണ്
നമ്മുടെ പ്രണയം...
കൺചിമ്മുന്ന
നക്ഷത്രങ്ങളെ നോക്കി
കഥകൾ പറയുമ്പോൾ
നീ പറയും
പരന്നൊഴുകുന്ന നിലാവിന്റെ
പട്ടുപുതപ്പിനുള്ളിൽ
പുണർന്നു തളിർക്കുന്ന
കിതപ്പിലാണ്
നമ്മുടെ പ്രണയം...
എന്നാലും പെണ്ണേ,
ഈ കിതപ്പുകൾ പങ്കുവെച്ച്

ഈ പ്രണയക്കുളിരിന്റെ ചൂടിൽ
നിന്റെ കാതുകളിൽ
ഞാനാ സ്വകാര്യംപറയും
നിന്റെ കണ്ണുകളിൽ
പ്രഭാതങ്ങളും,
മഴയും, വെയിലും,
മഞ്ഞും, കുളിരും,
നിലാവും പൂക്കുമ്പോഴാണ്
നമ്മുടെ പ്രണയം..

കാത്തിരിപ്പ്

നിന്നെ കാത്തിരിക്കുമ്പോൾ
എനിക്കു ചുറ്റും
നിറയെ പൂക്കൾ വിടരും
വള്ളികൾ പടർന്ന്
ഒരു ഉദ്യാനം നിറഞ്ഞ്
വസന്തം മണക്കും
കാത്തിരിപ്പിനെപ്പോഴും
നിന്റെ മണമാണ്.
നിന്നെ കാത്തിരിക്കുമ്പോൾ
കിനാവുകൾ പൂമ്പാറ്റകളായി
വിരിയും
നിന്റെ
ഓർമ്മകളുടെ
പൂവുകളിൽ
തപസ്സിരിക്കും
നിന്നെ കാത്തിരിക്കുമ്പോൾ
ഉടലെല്ലാം
മാഞ്ഞു പോകും
നിന്നെയൊളിപ്പിച്ച
ഒരു
കവിതയിൽ
ഞാൻ
നിന്റെ ഉദ്യാനത്തിൽ
കാറ്റിന്റെ
അശരീരിയാകും.

കിനാവു കാണുമ്പോൾ

പെണ്ണേ
നീലക്കടൽപ്പരപ്പിളകുന്നത് കാണുമ്പോൾ
ഞാൻ കരുതും
നിന്റെ നെഞ്ചിൻ കടലാണെന്ന്
ചുമ്മാ
ഒരു പൊങ്ങുതടിയായി
നിന്റെ നെഞ്ചിലൂടൊഴുകി നടക്കാൻ
കൊതിക്കുമപ്പോൾ
നീലാകാശത്തിലെ
അതിരുകളില്ലാത്ത നീലിമ കാണുമ്പോൾ
പരന്നു കിടക്കുന്നത്
നിന്റെ ഹൃദയാകാശമെന്ന് തോന്നും
ഏഴു വർണ്ണമുള്ള ഒരു പട്ടം
നിന്റെ ഹൃദയാകാശത്ത്
പറപ്പിക്കാൻ തോന്നുമപ്പോൾ.

നീ വന്നപ്പോൾ

എന്റെ
ഉൻമാദത്തിന്റെ
ചെമ്പരത്തിപ്പൂ
പറിക്കാൻ
എന്തിനാണ്
വന്നത്.
നീ
വന്നതിൽ
പിന്നെ
കാടു പൂത്തതുപോലെ
പൂത്തു കാത്തിരിക്കുന്നത്...

ഉപേക്ഷിച്ചവരോട് ചോദിക്കുക

എത്രയാഴത്തിൽ
വേരിറങ്ങിയതിനെയാണ്
പിഴുതു മാറ്റിയതെന്ന്.
ഉൾവനത്തിൽ
വഴിതെറ്റിയ
മുയൽക്കുഞ്ഞുങ്ങൾ
ഇരകളാക്കപ്പെട്ടത്
നേരാണ്.
നീതികൾ
ആപേക്ഷികമായതുകൊണ്ട്
നാവൊരിക്കലും
കുറ്റവാളിയല്ല
ഉപേക്ഷിക്കപ്പെട്ട സ്നേഹം
ഉപേക്ഷിക്കപ്പെട്ട ജീവിതം തന്നെയാണ്
പങ്കുവെക്കാത്തതൊന്നും
നമ്മുടേതായിരുന്നില്ല.
ഹൃദയത്തിന്റെ വിശപ്പറിയാത്ത
പ്രിയപ്പെട്ടതെല്ലാം
ഉപേക്ഷിക്കുക
മുറിവുകളിൽ
ചുംബിച്ച ചുണ്ടുകളിൽ
കട്ട പിടിക്കാത്ത
ഒരിറ്റു രക്തം
നമ്മൾ
പങ്കുവെച്ച സത്യം...

ജീവന്റെ ശൈത്യം

വേനലിൽ പെയ്ത
മഴയാണത്
ഭൂമിയുടെ
ചൂടിലേക്ക്
പെയ്തിറങ്ങും പോലെ
ജീവന്റെ
ചൂടിലേക്ക്
നേർത്ത തണുപ്പു ചുറ്റി
നിനച്ചിരിക്കാത്ത നേരത്ത്
കിനിഞ്ഞിറങ്ങുന്നത്.
ജീവന്റെ
ഓരോ കണത്തിലും
പടർന്നു
ഞരമ്പുകളെ
വലിച്ചുപൊട്ടിച്ചു
പ്രാണനെ
മരണത്തിലേക്കൊഴുക്കി
പെയ്തു നിൽക്കും
എന്റെ
കിനാവുകളിൽ
നീയൊരു മഴയാകുന്നു

മറുവാക്ക് തേടുമ്പോൾ

നിന്റെ മൗനം
ഒരു കടലിനെ
ഗർഭം ധരിക്കുന്നു
പുറംകടലിന്റെ
ശാന്തത പോലെ
നിന്റെ കൈയ്യൊതുക്കത്തിൽ
എന്റെ
പ്രണയം
തിളച്ചുമറിയുന്നുണ്ട്.
ലോകമതു
കാണുന്നില്ലെന്നേയുള്ളൂ...

തുറന്നടക്കുന്ന വാതിൽ

ഒരു വാതിലുണ്ട്
ഞാൻ
നിന്നിലേക്ക്
തുറക്കുമ്പോൾ
നീ
എന്നിലേക്ക്
കൊട്ടിയടക്കുന്നത്

പിന്നെയെങ്ങിനെയാണ്

നീ പറയുന്നു
ദുഖത്തിന്റെ
ഭാരം ചുമന്നിട്ടേ
ഒരു
കവിത പിറന്നിട്ടുള്ളു എന്ന്,
പിന്നെങ്ങിനെയാണ്
ഗർഭം ധരിച്ച
പ്രണയങ്ങൾ
പൂക്കളായി വിരിയുന്നത്
തമ്മിലിടയുന്ന
കണ്ണുകളിൽ
നക്ഷത്രങ്ങൾ പൂക്കുന്നത്
ഞാൻ നിന്നെ ചുംബിക്കുമ്പോൾ
ഒരു കാട് പൂത്തുപോകുന്നത്

സൂക്ഷ്മത

സൂചിയിൽ
നൂൽ കോർക്കുന്ന
സൂക്ഷ്മതയിൽ
നിന്റെ ഹൃദയത്തിൽ നിന്നും
എന്നെ
പുറത്തു കടത്തുന്നതുപോലെ
എന്നിട്ടും
ആയിരം
മുനകൾ
തറഞ്ഞെന്റെ
ഉടലു മുഴുവൻ
ചോര പൊടിയുന്നു.
നിന്നിൽ നിന്നടരാൻ
കഴിയാതെ,
നീയെന്റെ
ഓരോ വേരും
സൂചിയിൽ
നൂൽ കോർക്കുന്ന
അതേ സൂക്ഷ്മതയിൽ
അടർത്തിത്തരുമോ.

കവിതയിലൂടെ

പ്രണയപൂർവ്വം
നിനക്കൊരു
കവിത
ചൊല്ലിത്തരുമ്പോൾ
നീയൊരു
കഥയിലൊളിക്കും.
കവിതയുടെ
വൃത്തത്തിൽ
മുറുകി
ശ്വാസം മുട്ടുന്നെന്ന്
കഥയിലെ
കാമുകനോട്
പരിഭവം പറയും.
കവിതയുടെ
നാവ്
തൊണ്ട പൊട്ടുമുച്ചത്തിൽ
അപ്പോഴും
ചൊല്ലുന്നത്
നിനക്കായല്ലാതെ
ചമച്ചിട്ടില്ലിന്നേവരെ
ഒരു കവിതയുമെന്നാകും...
നീയപ്പോൾ
കഥയിലെ
നായകന്റെ
മടിയിലുറങ്ങുകയായിരിക്കും...

മതം

ഞാനും നീയും പ്രണയിച്ചാൽ
വിശ്വാസത്തിന്റെ
ഉണക്കു കമ്പുകൾകൂട്ടി
തീക്കൊടുക്കും ചിലർ,
രാമനും മുഹമ്മദും
നമ്മുടെ ചങ്ങാതിമാരല്ലാതാകും
രണ്ട് മതങ്ങൾ
നമുക്ക് മുന്നിൽ
വാതിൽ തുറന്നിടും
തുറന്നടക്കാൻ
വാതിലുകളില്ലാത്ത
നമ്മുടെ
മതത്തിന്റെ പേര്
പ്രണയമാണെന്ന്
അവർ അറിഞ്ഞിരുന്നുവെങ്കിൽ.

ചില നേരത്ത്

തിരസ്ക്കാരത്തിന്റെ
ഒരു വാക്കുകൊണ്ട്
നീയെന്നെ
അറുത്തു മാറ്റും
ഹൃദയത്തിന്റെ
ചോര വാർന്നു
മരിച്ചുപോകുമെന്ന്
തോന്നുമ്പോൾ
മറ്റൊരു വാക്കുകൊണ്ട്
നീയെന്നെ
ചേർത്തുവെക്കും.

സ്വപ്നം

നീയൊരു
സ്വപ്നമാണ്
അതു കൊണ്ടാണ്
നിന്റെ
തീച്ചുണ്ടുകൾ കൊണ്ട്
കൊത്തി
അസ്വസ്ഥമാക്കി
എന്റെ നിദ്രയുടെ
തോട് പൊട്ടിക്കുന്നത്
നീയൊരു
സ്വപ്നമാണ്
അതുകൊണ്ടാണ്
ഞാനുണരുമ്പോഴേക്കും
നീയൊരു പക്ഷിയായി
പറന്നു പോകുന്നത്
ഞാൻ പിന്നെയും
ഒറ്റപ്പെടുന്നത്

സ്വാതന്ത്ര്യം

അത്രമേൽ
അഗാധമായി
നിന്നെ പ്രണയിക്കുമ്പോഴും
സ്വാർത്ഥതയുടെ
മുള്ളുവേലി കെട്ടി
മുറിവേൽപ്പിക്കാതെ
പൂമ്പാറ്റയുടെ
സ്വാതന്ത്ര്യം നൽകി
ഞാൻ
നിന്നെ കാത്തിരിക്കും,
അത്രമേൽ
കഠിനമായ
കാത്തിരിപ്പിൽ
നോവു നിറഞ്ഞുള്ളം
മുറിഞ്ഞു പിടയുന്ന നേരവും
നിന്റെ
മേഘമെതിയടിയുടെ
പതിഞ്ഞ കാലൊച്ചകൾക്ക്
പിന്നെയും
കാതോർത്തിരിക്കും.
പൂക്കളിൽ
മധു നുണഞ്ഞ്
നീ,
മയങ്ങിവീണ ദളങ്ങൾ
നിനക്കു
പട്ടുമെത്ത വിരിക്കുന്ന
സന്ധ്യയിൽ

നിന്റെ ഗന്ധം-
ചുമന്നെത്തുന്ന
കാറ്റിനോട്
ഞാൻ കടപ്പെട്ടിരിക്കും
എന്റെ
പ്രണയമേ,
അത്രമേൽ
സ്വതന്ത്രമായി
നീ
ചിറകുവിരിക്കുമെന്നിൽ

പൂവിന്റെ പ്രണയം

ദളങ്ങളിൽ
ഹൃദയമൊളിപ്പിച്ച
പൂവിന്റെ
പ്രണയമാണ് ഞാൻ
പൂവിറുക്കാതെ
ദളമടരാതെ
നീയെങ്ങിനെ
കാത്തുവെക്കുമതിനെ !

നമ്മൾ കാണുമ്പോൾ

നിന്റെ കണ്ണുകളിൽ
ഒരാകാശം
ഞാനെന്റെ കണ്ണുകളാൽ
നെയ്തെടുക്കും,
കണ്ണിമ ചിമ്മാതെ
നീയെന്റെ കണ്ണുകളിൽ
പ്രണയത്തിന്റെ
വർണ്ണനൂൽ
കോർത്തു തരുമെങ്കിൽ.
നിന്റെ കണ്ണുകളിൽ
ഞാനൊരു
സൂര്യനെയൊളിപ്പിക്കും,
എന്റെ നക്ഷത്രങ്ങളുടെ
സൗരയൂഥകേന്ദ്രം
നീയാകുമെങ്കിൽ
നിന്റെ കണ്ണുകളിൽ
ഞാനൊരു
നിലാവിന്റെ
പരവതാനി വിരിക്കും,
എന്റെ കണ്ണിലെ
ചന്ദ്രിക പൂക്കുമ്പോൾ
നീ സ്വീകരിക്കുമെങ്കിൽ
നിന്റെ കണ്ണുകളിൽ
ഏഴു വർണ്ണങ്ങളിൽ
ഞാനൊരു മഴവില്ല് തീർക്കും
എന്റെ

കണ്ണുകളിൽ
പെയ്യുന്ന
പ്രണയമഴയെ
നീയണിയുമെങ്കിൽ

ഉറപ്പ്

ഒരു
വാക്കിന്റെ മുകളിൽ
ആകാശം ചുംബിക്കുന്ന
സ്വപ്നക്കൊട്ടാരം പണിയും
ഓരോ
അറകളും
പ്രണയത്തിന്റെ
ചുവന്ന പൂക്കളാൽ
അലങ്കരിക്കും
ഇതളുകൾ കവചമായി
പൂവിന്റെ
ഹൃദയം കാത്തതുപോലെ
നിന്റെവാക്കിനെ
കരുതിവെക്കും
ആകാശക്കുന്നിന്റെ
മുകളിൽ നിന്നും
കടലാഴത്തിലേക്ക്
വീണു പോകാതെ .
ഒരു വാക്കിന്റെയുറപ്പിൽ
നീയെന്നെ
കാത്തുവെക്കുമോ

പ്രണയം

നിന്റെ
കണ്ണുകളിൽ നിന്നൊരു
ചിത്രശലഭം
എന്റെ ഉള്ളിലേക്ക്...
ചിത്രശലഭങ്ങളും
പൂക്കളും
തമ്മിലുള്ള
ആകർഷണത്തെ
ഏതു ഭൂഗുരുത്വം കൊണ്ടാണ്
നീയളക്കുക ?

ഒന്നായി തുന്നിയത്

രണ്ടായിരുന്ന
നമ്മളെ
ഒന്നായി തുന്നിയ
നൂലുകളെ
പ്രണയമെന്നാണ്
വിളിക്കുന്നത് .
ഇഴകളോ
മുറിവുകളോ
പാടോ ഇല്ലാതെ
എത്ര അദൃശ്യമായാണ്
പ്രകൃതി നമ്മെ
തുന്നിവെച്ചത്!
ഒരു ഹൃദയത്തിൽ
സ്പന്ദിക്കുമ്പോഴും
നിനക്കെന്നെക്കുറിച്ച്
ആധിയാണ്...
എന്റെ
ഉറക്കത്തിന്
കാവലിരുന്നും
ഉണർവ്വിൽ
എന്റെ കാഴ്ചകളിൽ
പ്രകാശമായും
നീ
എന്നിൽ തന്നെയടയിരിക്കും
എന്റെ മൗനങ്ങളെ
നിനക്ക് ഭയമായിരുന്നു

ഞാനൊരു
മുനിയായി
രൂപാന്തരപ്പെട്ടാലോ.

എന്റെ
ശബ്ദങ്ങളിൽ
നീ എപ്പോഴും
ഒരു
കവിത തിരയും
എന്റെ യാത്രകളിൽ
നീ കൂടെയുണ്ടെങ്കിലും
ഒരോ യാത്രയും
അവസാനിക്കുന്നത്
വേർപാടിലാകുമോയെന്ന്
സംശയിക്കും.
എനിക്കെപ്പോഴുമറിയാം
നമ്മളിലൊരാൾ
വേർപെട്ടു പോയാൽ
പിന്നെ
ഞാനില്ലെന്ന്
നമ്മളില്ലെന്ന്

നമുക്കിടയിൽ

കുത്തിയൊലിച്ചു പോയ
നമ്മുടെ പുഴ
എത്ര വേഗമാണ്
രണ്ടു തടാകങ്ങളായി
പരിണമിച്ചത്
നിലാവ്
പരന്നൊഴുകിയ
നമ്മുടെ ആകാശത്തിന്
എത്ര വേഗമാണ്
അതിരുകൾ
വരച്ചത്

ചിറക്

നിന്നിലേക്ക്
പറക്കുമ്പോൾ ആയിരം
ചിറക് മുളക്കും
ഭൂഖണ്ഡങ്ങളെ മുറിച്ച്
കാലങ്ങളെ
ചിറകിനാൽ വകഞ്ഞ്
നിന്നിലെത്തുമ്പോൾ
കണ്ണുകളിൽ പടരുന്ന
മറവിയുടെ
മൂർച്ചയിൽ
അറ്റുപോകുന്നത്.

അകലുമ്പോൾ

ചില മൗനങ്ങൾക്ക്
നീയറിയാതെ പോകുന്ന
ആഴവും പരപ്പുമുണ്ട്
ഒരു തുഴ പിടിച്ച്
ഒരുമിച്ച് തുഴയുമ്പോഴും
രണ്ടു ലക്ഷ്യങ്ങളിലേക്ക്
സഞ്ചരിക്കുമ്പോലെ,
ഒരു ജീവിതപ്പുതപ്പിനുള്ളിൽ
പങ്കുവെക്കപ്പെടുമ്പോഴും
പങ്കുവെക്കാതെ
പോകുന്ന
മനസ്സു പോലെ...

കുന്നിക്കുരു

കൂട്ടിവെച്ച
കുന്നിക്കുരു പോലെ
കൂട്ടിവെച്ച
ഇഷ്ടങ്ങളുണ്ടായിരുന്നു.
ഓരോ കുരുവിലും
ഇരുനിറമായി
ഞാനും നീയും
ഒന്നായിത്തീർന്ന
ഇഷ്ടങ്ങൾ...

നമ്മളെക്കുറിച്ച്...

ഞാൻ
ചെമ്പരത്തിയും
നീ
പനിനീർ പൂവുമായത്,
ഞാൻ
പ്രണയത്തിന്റെ ഉന്മാദവും,
നീ
സൗന്ദര്യവുമായതിനാലെന്ന്,
ആരാണ്
ലോകത്തോട്
പറയുക...

നിന്നാൽ അവഗണിക്കപ്പെട്ടപ്പോഴാണ്

എന്റെ
ഭൂമി
വരണ്ടുപോയത്
പുഴകൾ
കുന്നിനു
മുകളിലെ
ഉറവ
തേടി
മണലുകളെ
ദേശാടനത്തിനയച്ചത്.
പുഴവറ്റിയ
അഴിമുഖത്ത്
കടൽ
ദാഹിച്ചു
മരിച്ചത്.
നക്ഷത്രങ്ങൾ
ഭ്രമണപഥങ്ങളിൽ നിന്നൂർന്ന്
ഭൂമിയിൽ
തീമഴയായി
പെയ്തുനിന്നത്
ജീവന്റെ
കുഞ്ഞുകണം പോലും
ഒറ്റപ്പെടലിന്റെ
നോവിൽ
നിശ്ശബ്ദതയണിയുന്നതറിഞ്ഞത്

നിന്നാൽ
അവഗണിക്കപ്പെട്ടപ്പോഴാണ്
നീയല്ലാതെയീ
പ്രപഞ്ചത്തിൽ
എന്നെയറിയുന്ന
മറ്റൊന്നുമില്ലെന്ന്
ഞാനറിഞ്ഞത്.

പ്രണയിക്കുമ്പോൾ

നിന്നിലേക്ക്
നട്ടുവെച്ച
കണ്ണുകളുണ്ടെനിക്ക്,
പ്രണയിക്കുമ്പോൾ
എനിക്കൊരു
പട്ടമാകണം
നിന്റെ
ആകാശത്ത്
ചരട് പൊട്ടി
പറക്കണം

അതിർത്തി

നിന്റെ
നിയന്ത്രണരേഖകടന്ന
പ്രണയപൂമ്പാറ്റകളെ
വെടിവെച്ചിടുമോ...,?
അറിയില്ല
ചിറക്മുളച്ച
ഓരോ കിനാവും
നിന്നിലേക്ക്
പറക്കുന്നുണ്ട്

മുറിവ്

ഞാൻ
മുറിഞ്ഞത്രയും
ആഴത്തിൽ
നീ
മുറിഞ്ഞിട്ടില്ല.
നിന്നെ
കാത്തുവെക്കാനായിരുന്നല്ലോ
ഞാനിത്രയും
മുറിഞ്ഞത്...

ഇനിയുമെത്രയാഴത്തിൽ

വേരു
തിരയുന്നതെങ്കിൽ
ഇനിയുമെത്ര-
യാഴത്തിൽ
ഖനനം
ചെയ്യണം
നിന്നിലേക്കാഴ്ന്നത്
നിലയറിയാതല്ലേ.

നിന്റെ നിറം

ഏകാന്തതയുടെ
ഇരുളു തുരന്ന്
ഞാനിപ്പോളൊരു
തുരങ്കവഴി കണ്ടെത്തിയിരിക്കുന്നു.
നിന്നിലേക്കെന്നെപോലെ
ഞാനാ വെളിച്ചംതേടുമ്പോൾ
ചിതറിയ
ഓർമ്മകൾ പോലെ
പ്രകീർണ്ണനമാകുന്നത്.
അടുത്തെത്തുമ്പോഴേക്കും
നിന്നെ പോലെ
ചിതറി മറയുന്ന
ആ പ്രകാശത്തിന്റെ
നിറമേതാണ്?

പ്രണയമെയിലുകൾ

ഓരോ ചുംബനവും
ഹൃദയത്തിലേക്കയച്ച
പ്രണയമെയിലുകളായിരുന്നു
സ്വീകരിക്കപ്പെടാത്ത
ചുംബനങ്ങളാൽ
ഹൃദയത്തിന്റെ
ഇൻബോക്സ്
നിറയുന്നുണ്ടിന്ന്

നമ്മളൊന്നാകുമ്പോൾ

നീ എന്നോട്
ചേർന്നുനിൽക്കുമ്പോൾ,
പ്രഭാതസന്ധ്യ
ഒരു സൂര്യന്റെ പുഞ്ചിരിയിൽ
മാഞ്ഞുപോകുംപോലെ
ഒരു വിരലിനാൽ
നീയെന്നിൽ
സാമീപ്യം കുറിക്കുമ്പോൾ,
നിശ്ശബ്ദമായി പടരുന്ന
സൗരഭ്യമായി
ഉള്ളിലൊരു
പൂവ് വിടരുന്നപോലെ.
നിന്റെ നിശ്വാസമേറ്റ ചുണ്ടുകൾ
ചുംബനം കൊതിക്കുമ്പോൾ
ഒരു
കടൽ പതഞ്ഞ്പതഞ്ഞ്
തീരം പുണരുന്നപോലെ
ചുണ്ടുകളിൽ
കടലിന്റെ ആഴംനിറയുമ്പോൾ
ആകാശം ഭൂമിയെപുണർന്ന്
പകലിരവുകൾ
മാഞ്ഞു പോകുംപോലെ...

പ്രണയിക്കുന്നവർ ഇപ്പോൾ രൂപാന്തരങ്ങളിലാണ്

ചില നേരത്തവർക്ക്
ഒച്ചിന്റെ രൂപവും
ഭാവവുമായിരിക്കും
ഒരു നിമിഷം പോലും
യുഗങ്ങളായി വളരുമവരിൽ
ചിലപ്പോളവർ
ഒരു വേരിൽ നിന്നും
ഒറ്റ മരമായി
നിറയെ
ചുവന്ന പൂക്കളായി
ഹൃദയം പൂത്ത ഗുൽമോഹറാകും...
പാതകളിൽ
പൂക്കളുടെ
ചുവന്ന പരവതാനി വിരിക്കും,
ചിലപ്പോൾ
ഒരന്യഗ്രഹജീവിയാകും
ഭൂമിയിലെ കുഞ്ഞുകുഞ്ഞുകാര്യങ്ങളെല്ലാം
അവഗണിക്കും.,
നിങ്ങൾക്കൊപ്പം
സഞ്ചരിക്കുമ്പോഴും
അവർ
പ്രപഞ്ചത്തിലെ അങ്ങേകോണിലെ
നക്ഷത്രങ്ങളാകും

പ്രണയിക്കുന്നവർ
ചിലപ്പോൾ
അരൂപികളാകും
ചുംബിച്ച് ചുംബിച്ച്
ഉടലുകളങ്ങനെ മാഞ്ഞു പോകും...

മുദ്രാവാക്യം

തിരസ്കാരത്തിന്റെ
മതിലുകളിൽ
ഞാനെന്റെ മുദ്രാവാക്യം
എഴുതിവെക്കും;
എന്റെ പ്രണയത്തിന്
സ്പന്ദിക്കുവാൻ
നിന്റെ ഹൃദയം തരൂ...
എന്റെ ഹൃദയത്തിന്
സ്പന്ദിക്കുവാൻ
നിന്റെ പ്രണയം തരൂ...

മാഞ്ഞു പോയത്

നിനക്കായി
ഞാനെഴുതിയതെല്ലാം
നിനക്കറിഞ്ഞിടാത്ത
ലിപിയിലായിരുന്നോ
കണ്ണുകളിൽ
പൂക്കുന്ന
നിസംഗതയിൽ
നമുക്കിടയിലെ
ഭാഷ
മാഞ്ഞുപോയതു പോലെ.

പ്രണയത്തിന്റെ ഏകാന്തത

കാമുകൻ
ഒറ്റയ്ക്കിരിക്കുമ്പോൾ
നിങ്ങൾ കരുതും
ദു:ഖത്തിന്റെ മൗനം
അയാളിൽ
കടലാഴം നിറയുമെന്ന്...
എന്നാലപ്പോൾ
അയാൾ
അയാളുടെ കാമുകിയുമായി
സല്ലപിച്ച്
ആകാശത്ത്
മേഘങ്ങൾക്കൊപ്പം
സഞ്ചരിക്കുന്നുണ്ടാകും..
നിങ്ങൾ കരുതുമ്പോലെ
ഒറ്റപ്പെട്ട
ഒരു മനുഷ്യനല്ല.
അയാൾക്കെപ്പോഴും
ഹൃദയമിടിപ്പിനൊപ്പം
ജീവന്റെ സ്പന്ദനം പോലെ
അയാളുടെ പെണ്ണുണ്ടാകും...
പിച്ചുംപേയും പറയുന്നവനെന്നു
പറഞ്ഞ്
ഭ്രാന്തിന്റെ അലങ്കാരംചാർത്തണ്ട,
ലോകത്ത്
മറ്റാരും കാണാതെ
അയാളയാളുടെ
കാമുകിയെ കൊഞ്ചിക്കുകയായിരിക്കും

കാമുകീകാമുകൻമാരെ
നിങ്ങൾ വെറുതെ വിടൂ...
അവർ
അവരുടെ
ജീവിതത്തിന്റെ
ചൂടുള്ള
പുതപ്പുണ്ടാക്കട്ടെ

സത്യത്തിൽ

നിങ്ങളിന്നലെയെന്നെ
പാർക്കിൽ വെച്ച്
കണ്ടിരുന്നു അല്ലേ
സത്യത്തിൽ
ഞാനപ്പോൾ
കടലിലൂടെ
നടക്കുകയായിരുന്നു
നമ്മളിന്നലെ ദീർഘനേരം
സംസാരിച്ചിരുന്നു അല്ലേ...
അല്ലാ
ഞാനപ്പോൾ
തെരുവിൽ നിന്നും
കവിത ചൊല്ലുകയായിരുന്നു..
ഓ പ്രിയേ..
നമ്മളിന്നലെ
ചുംബിച്ചുവീണ പട്ടുമെത്തയിൽ
ഞാനുറങ്ങിപ്പോയിരുന്നു അല്ലേ...
ഇല്ല
ഞാനപ്പോൾ
നക്ഷത്രങ്ങൾക്കൊപ്പം
നിലാവിന്റെ മെത്തയിൽ
ശാന്തമായി ഉറങ്ങുകയായിരുന്നു,,,

നമ്മളിന്നലെ
ഒരേ ബസിൽ
സഹയാത്രികരായിരുന്നു അല്ലേ
ഏയ് ഞാനപ്പോൾ

പ്രപഞ്ചത്തിന്റെ
നിഗൂഢതകൾ തേടി
യാത്രയിലായിരുന്നു
നമ്മളിപ്പോൾ
ഒരു കവിതയിൽ
മുഖാമുഖമിരിക്കുകയാണല്ലേ.
അല്ലേ അല്ല
ഞാനിപ്പോൾ
എന്റെ കിനാവുകളുടെ
ചിറകു മുളക്കുന്നതും നോക്കി
പക്ഷി അടയിരിക്കുന്നതു പോലെ
ഇങ്ങനെ ധ്യാനിച്ചിരിക്കുകയാണ്.

കുറ്റവും ശിക്ഷയും

നിന്നെ സ്നേഹിച്ചതാണ് കുറ്റം
വിഷാദത്തിന്റെ
ഒരു കടൽ
കുടിച്ചു വറ്റിക്കലാണ്
ശിക്ഷ.

ഗതി

ഞാനൊരു
മേഘമാണ്
നിന്നിലേക്ക്
പെയ്യുന്ന
മഴയും

തമ്മിൽ കാണുമ്പോൾ

നിന്റെ
മിഴിമുനകളിലുടക്കി
എന്റെ സദാചാര-
ബലൂണുകളൊക്കെയും
പൊട്ടുന്നു

കണ്ണുകളിൽ

കണ്ണുകളിൽ നോക്കി
നമ്മളിരിക്കാൻ തുടങ്ങിയിട്ട്
കാലമെത്രയായി
ഞാൻ
നിന്റെ കണ്ണുകളിൽ
പൂക്കളും,
ശലഭങ്ങളും,
പുഞ്ചിരിയും കണ്ടു.,
നീയെന്റെ കണ്ണുകളിൽ
ഒരു കടലുകണ്ടോ..?

കാത്തിരിപ്പ്

കാത്തിരുന്ന
ഹൃദയം
വേരുകളിലുറച്ചു പോയി
പ്രണയത്തിന്റെ
വസന്തമെത്തിയ നേരം
ഒന്നു പുണരാൻ പോലുമാകാതെ
ഞാനൊരു മരമായി...

കള്ളിച്ചെടിയോട്

ഉടലുനിറയെ
മുള്ളുകളെങ്കിലും
ഉള്ളിൽ
കന്മദതുള്ളിപോലെ
പ്രണയനീരും...
നിന്റെ
മുള്ളുകളോട്
ഞാൻ
ഇണക്കപ്പെട്ടിരിക്കുന്നു..
ഓ...
നിന്റെയുള്ളിൽ
ഞാനിങ്ങനെ
പുണർന്നുവീഴുമ്പോൾ
നമ്മുടെ
അതിർത്തിയിൽ
തോക്കുയർത്തുന്ന
മുള്ളുകൾക്ക്
കാറ്റിലൊരു ചുംബനമെറിഞ്ഞ്
നമുക്ക്
ചുംബിച്ചുചുംബിച്ച്
കാലത്തെയുറക്കാം...

ദാമ്പത്യം

ഒറ്റമരമായി
വളരാൻ
പാകിയ വിത്ത്
ഇരു
ശിഖിരങ്ങളായി
മുള പൊട്ടി...
വളരുംതോറുമകലുന്ന
വൻമരമായി
പടർന്നു പോകുന്നു...

ഉപേക്ഷിക്കുമ്പോൾ

കടലിലേക്കെറിയൂ
തിരകൾ
ജഡമെങ്കിലും
തിരികെ തരും...

സമയത്തെ നാമെന്തു ചെയ്യും...

ഇരു ഹൃദയം
ഒന്നായിമിടിക്കുന്ന
പ്രാണന്റെ താളത്തിന്
കാത്തുനിൽക്കാതെ,
പ്രഭാതവും
പ്രദോഷവും
കടന്നു പായുന്ന
കാലഘടികാരത്തെ
നമ്മളെന്തു ചെയ്യും...
ഒന്നിച്ചിരിക്കാൻ
ഇത്തിരി
നേരം
ചോദിക്കുമ്പോൾ
സമയമായെന്ന്
പറഞ്ഞനേരം
പ്രണയാർദ്രമിഴികൾ
തമ്മിൽ പറഞ്ഞത്
സമയത്തെ
കൊന്നുകളയൂ എന്നല്ലേ...

കലാപങ്ങളെക്കുറിച്ച്...

പ്രണയിക്കുന്നവരോട്
ചോദിക്കൂ
കലാപങ്ങളെക്കുറിച്ച്
അവർ
പറഞ്ഞു തരും...
തെരുവുകൾക്ക്
തീപിടിക്കുംമുമ്പ്
ഹൃദയങ്ങൾക്ക്
തീപിടിച്ചവരാണവർ...
വാളുകൊണ്ട്
മുറിയും മുമ്പ്
വാക്കുകൊണ്ട്
മുറിഞ്ഞവരാണവർ...
ചിതറിതെറിക്കാൻ
ചാവേറുകളെത്തും മുമ്പേ
ആയിരം തവണ
ചാവേറുകളായി
ഹൃദയം
ചിതറിയവരാണവർ...
തോക്കിനേക്കാൾ
നല്ലായുധം
വാക്കുതന്നെയെന്ന്
പിന്നെയുംപിന്നെയും
വിളിച്ചു പറയുമവർ...

കിനാവുടയുന്നത്

മഴ പെയ്തു തോർന്ന രാത്രി,
കിനാവുകൾക്ക്
പുതുമണ്ണിന്റെ ഗന്ധം...!
കടലിലേക്കെറിഞ്ഞ
വല
മുക്കുവൻ
വലിച്ചെടുക്കും പോലെ
നിലാവിനെ
ഒതുക്കി വെക്കുന്ന
ചന്ദ്രൻ...!
ഇരുട്ടിനെ
മുഴുവൻ
തൂത്തൊതുക്കി
പ്രഭാതം
നവവധുവിനെപ്പോലെ
പതിയെ
അരികിലെത്തുമ്പോൾ
കണ്ണുകളിൽ നിന്ന്
എത്ര സ്വപ്നങ്ങളാണ്
വെളിച്ചമേറ്റ്
ചിതറിവീഴുന്നത്...?

ധ്യാനം

ഒഴുകിവന്ന
പുഴയെ
വഞ്ചനയെന്ന്
വിവർത്തനം ചെയ്ത
കവി ധ്യാനമിരിക്കുന്നു.
ഹൃദയത്തിൽ
തറച്ച
അമ്പിൽ
വിഷം തേച്ചത്
കാപട്യമെന്ന്
കവിത ചമച്ച്,
നിഷ്കളങ്കന്റ
അഭയകേന്ദ്രത്തിൽ
ധ്യാനമിരിക്കുന്നതിനെ
ആത്മഹത്യയെന്ന്
വിളിക്കരുതെന്ന്
കുറിപ്പു നൽകി
കവി യാത്രപോകുന്നു...

പെയ്യുന്ന വിരഹത്തിൽ

ഇറയത്ത് പെയ്യുന്ന
മഴയെ വലിച്ചിട്ട്
നീയൊരു
പിയാനോ വായിക്കുന്നു.
നിന്റെയീണത്തിൽ
പതിയെ...
ചുവടു വെച്ചു
മറ്റൊരു മഴയെ ഞാൻ
നീയായി
പുനർജനിപ്പിക്കുന്നു.
തോരാതെ പെയ്യുന്ന
കണ്ണുനീരിനെ
നമ്മളെന്തു ചെയ്യും...?

കടലേ...

തിരകളെല്ലാമൊതുക്കിവെച്ച്
നീ
നിന്നിലേക്ക്
പിന്നെയും
ആഴത്തിൽ
ഒളിച്ചിരിക്കുന്നുവോ..?

മഴയെക്കുറിച്ച് ചോദിച്ചു നോക്കു..

മേഘങ്ങളുടെ
കുസൃതിയെക്കുറിച്ച്
ആകാശം, തോരാത്ത വാക്കിൽ
പറഞ്ഞുതരും...
കടലിനെയുരുക്കി
വെയിൽ കൊണ്ടുവെച്ച
പ്രണയം,
കാറ്റ് തോളിൽചുമന്നു പോയതും,
പെയ്തുതീർന്ന
വർഷകാലത്തെ വിഷാദം,
വാക്കുകളിൽ
കൊളുത്തി വെച്ചും,
വിരഹം
പങ്കുവെച്ച വേനലിൽ
മഴയുടെ
ഉടലു പൊള്ളിയതും,
തുള്ളിയൊഴിയാതെ
ആകാശം ഓർത്തുവെക്കും...
കാറ്റുചുമന്നു പോയ
മേഘങ്ങൾ തേടി
വെയിൽ
അലയുമ്പോൾ,
പിണങ്ങിയകന്ന
മേഘങ്ങൾ
പൊട്ടിയൊലിച്ചു
ഭൂമിയിൽ

പ്രളയമെത്തുമ്പോൾ,
'വെയിലുരുക്കിയ
പ്രണയമാണതെന്ന്'
ആകാശമല്ലാതെ
മറ്റാര് പറഞ്ഞു തരും

ശിഷ്ടം

മഴയിൽ നിന്നും
കുളിരിനെ
വേർപെടുത്താൻ
നീ
ഗവേഷണം
നടത്തുന്നത്
അറിയാഞ്ഞിട്ടല്ല,
ബാക്കിയാകുന്ന
ജലം
ഞാനാകുമെന്ന
സത്യത്തിലാണ്
തറച്ചു നിൽക്കുന്നത്.

വിശ്വാസം

പറഞ്ഞതൊക്കെയും
വിശ്വസിക്കാം
എന്നാലും.,
ഹൃദയമുണ്ടെന്നു
പറഞ്ഞതെന്തിനായിരുന്നു...?

കാലമടരുമ്പോൾ

നിന്നെ മറച്ച
കാടുകളോട്...,
ഓർമ്മകളിൽ
പൂക്കും
വസന്തങ്ങളെ
നിങ്ങൾക്കെങ്ങിനെ
മൂടിവെക്കാനാകും...?

അരൂപികളുടെ റിപ്പബ്ലിക്ക്...

പ്രണയിക്കുമ്പോൾ
നമ്മൾ
പുതിയൊരു
രാജ്യത്താണ്...
സ്നേഹം
മാത്രമാണതിന്റെ
ഭരണഘടന...
പൂക്കളിൽ
പരാഗണം ചെയ്യുന്ന
കാറ്റും പൂമ്പാറ്റയും
അതിരുകൾ
മായ്ച്ചുകളയും പോലെ
വേലികളില്ലാത്ത
മഹാരാജ്യം...
നിന്റെ
ഹൃദയത്തിൽ ഞാനും
എന്റെ ഹൃദയത്തിൽ നീയും
പുഴഞരമ്പുകളിലെ
ചോരയായി
പടർന്നതുമുതൽ
ഒഴുകുന്ന
ജലത്തിൽ നിന്നും
പുഴയെ വേർതിരിക്കാനാവാതിരിക്കുവോളം
നമ്മുടെ രാജ്യത്ത്
ഭരണാധികാരികളുണ്ടാകില്ലെന്നസത്യം...

പ്രണയത്താൽ
ഉടലുരയുമ്പോൾ
അലിഞ്ഞലിഞ്ഞ്
അരൂപികളാകുന്ന
പ്രജകളുടെ
രാജ്യം...

വിരഹത്തിൽ

നിന്റെ ഓർമ്മ
നിറയുമ്പോൾ
ഞാൻ
നക്ഷത്രങ്ങളെ നോക്കും
എത്ര വേഗമാണ്
ഓരോ നക്ഷത്രവും
നിന്റെ
പുഞ്ചിരിയണിയുക...

യുദ്ധാനന്തരം

നമ്മളിപ്പോൾ
രണ്ട്
രാജ്യങ്ങളാണ്
തിരസ്കാരത്തിന്റെ
കൂർത്ത
മുനകൾകൊണ്ട് അതിരുവരച്ചിരിക്കുന്നു.
നിന്റെ വ്യോമാതിർത്തി
ലംഘിച്ചതിന്
പ്രതീക്ഷയുടെ ഓരോ പക്ഷികളെയും
ചാരക്കണ്ണുകളെന്ന് പറഞ്ഞ്
വെടിവെച്ചിടും...
അമേരിക്ക
ഹിരോഷിമയിലും
നാഗസാക്കിയിലും പതിച്ച
അണുബോംബിന്റെ
പതിൻമടങ്ങ്
പ്രഹരശേഷിയുള്ള
വാക്കിന്റെ ബോംബ്
ഇടവേളകളില്ലാതെ
പതിച്ചുകൊണ്ടിരുന്നു...
ഉരുകിയ
മാംസപിണ്ഡമായി
ചോരയുടെ
ചതുപ്പുനിലങ്ങളിൽ
മനസ്സ്
മരവിച്ചു കിടക്കും

നമുക്കിടയിൽ മൗനം കനക്കും ;
പിന്നെയും വാക്ക്കൊണ്ട് മുറിച്ചിടും,
യുദ്ധാനന്തരം
നിന്റെ
റിപ്പബ്ലിക്കിൽ
പ്രണയം
നിരോധിച്ചിരിക്കുന്നു...
നമ്മളിപ്പോൾ
രണ്ട്
രാഷ്ട്രങ്ങളാണ്...

www.ingramcontent.com/pod-product-compliance
Lightning Source LLC
LaVergne TN
LVHW060147051026
849517LV00007B/2577